# எனதருகே அமர்ந்திருக்கும் சன்னல் இருக்கை

## இதய்யா கோ

*தங்கை பூவுக்கும்*
*தங்கையின் அண்ணன் மகேசுக்கும்*

## முன்னுரை

மீண்டும் நான் எழுதுவேன் என்று ஒரு நாளும் நினைத்ததில்லை. இன்று உங்கள் கையில் இருப்பது என்மீது என் நண்பர்கள் வைத்த நம்பிக்கையின் உருவம். ஒரு சொல் சொல்லலாம், இன்னொரு சொல் கூடி நிற்கும்; இவ்வாறே அவர்கள். மிகக் குறுகிய காலத்தில் எழுதியவை இவை; பதினான்கு நாட்கள். ஒவ்வொரு நாளும் இது முடியாது என்று நானே என்னைத் தடுத்திருக்கிறேன். உடைந்து போவது இயல்பு; எல்லாவற்றையும் ஒதுக்கிவிட்டு ஒரு பேனாவைப் பிடிப்பது தான் வாழ்வதற்கான வழி எனக்கு.

ஆறு ஆண்டுகள் எதையும் எழுதாமலேயே இருந்துவிட்டேன். இந்த தொகுப்பை எழுதியதிலிருந்து எனக்குள்ளே பெரும் நிறைவு. பொருத்தமாகச் சொல்லவேண்டும் என்றால், எனக்கே நானாக கிடைத்த நிம்மதி.

இந்த நேரத்தில் என்னுடைய பள்ளிக்கூடத் தோழிக்கு நன்றி; பல நாட்கள் கழித்து பார்த்துக்கொண்டோம். நலத்தை விசாரிக்காமல் என் எழுத்தை மட்டுமே கேட்டாள். நானே என்னை நம்புவது வேறு; என்னை விட என்னை நம்பும் மனிதர்களின் நம்பிக்கை என்பது வேறு.

இந்நூலை வாசிக்கும் உங்களை பெரிதும் நேசிக்கிறேன், மதிக்கிறேன். உங்கள் வாசிப்பினால் மேலும் உயிர் கொடுங்கள்; கவிதை மாதிரி இருப்பவைகள் கவிதையாகட்டும்.

என்னுடைய இரண்டாவது நூல் இது. இந்த நேரத்தில் என் முதல் நூலுக்குத் துணையாக இருந்தவர்களை நினைத்துக்கொள்கிறேன்.


அன்பாகவே,
**இதய்யா கோ**

**மழை**

நேற்று பெய்த மழை
இன்று நனைந்து கொண்டிருக்கிறது
வாசல் நியூஸ்பேப்பர்.

## இளையராஜா பாடல்கள்

அவளுக்கு
இளையராஜா பாடல்கள் பிடித்திருந்தது;
எனக்கும்
இளையராஜா பாடல்கள் பிடித்திருந்தது;
அவளைப் பிடித்துப்போனதற்கு,
இதைவிட பொருத்தமான
காரணம் இருப்பதாக தெரியவில்லை.

## குழந்தை

உலகம் அவ்வப்போது
முன்னும் பின்னும் போகும்
குழந்தை ஊஞ்சலாடும் உற்சவம்.

# பெருவெளி

நாங்கள் அப்போது தான்
பேச ஆரம்பித்திருந்தோம்.
யாருமற்ற ஒற்றை பெருவெளி மரத்தில்
ஊஞ்சல் கட்டிக்கொண்டோம்;
அவள் அமர்ந்துகொண்டாள்
காற்று அசைத்தது
நான் புல்தரையில் அமர்ந்துகொண்டேன்.
இந்தப் பெருவெளி எங்களை
கொஞ்சம் கொஞ்சமாய்
காதலிக்கத் துவங்கியிருந்தது.

## ஹலோ

தங்கையிடம் பேசப்படும்
செல்போன் உரையாடல்களில்,
எடுத்ததும் ஹலோ-க்கு பதில்
'அண்ணே'

**கவிதை**

கவிதைக்கான சொற்கள் இருக்காது
கவிதைக்கான நயம் இருக்காது
கவிதைப் போல எழுதியிருக்கிறேன்
கவிதையாக வாழ்பவர்களை குறித்து.

**கதவு**


இரும்புக் கதவுக்கு முன்னால் நான்
இரும்புக் கதவுக்கு பின்னால் அவள்
சொன்ன சொல்லால் மென்மையானது கதவு.

## *மன்னிப்பு*

தலைக் கோது,
பாடல்கள் குறித்துப் பேசு,
நாளைக்கு எனக்காக சமைக்க போகும் சாம்பாருக்கு
குறிப்புகள் கொடு,
நேற்று நடந்ததை விவரி,
அருகே புன்னகைத்து கொண்டே இரு,
கடிகாரத்தை கட்டி போடு,
நிஜமாகவே பொய் கோபம் காட்டு,
அசட்டு ப்ரியத்தில் மன்னித்து விடு.

## கவிதை

சொல்வதற்கு முன்பே சிரித்துவிடுகிறாய்
இனி நான் என்ன சொல்வது?
கவிதை,
எழுதப்படுவதற்கு முன்னமே
கவிதையாகிவிடுகிறது.

**நா.முத்துக்குமார்**

தற்கொலை செய்ய
பயணித்த பேருந்தில்
"ஒரு நாளில்..." பாடல் ஒளிபரப்பப்பட்டது;
நா.முத்துக்குமார்
வாழவைத்து கொண்டிருக்கிறார்.

## ஒரே ஒரு கவலை

ஒரு புகைப்படம் என்னை அழ வைக்கலாம்
அந்த நொடிக்கே அழைத்து செல்லலாம்
என்னை மட்டுமே அறிந்த,
அருகே அமர்ந்திருக்கும்
ஜன்னலோர இருக்கைக்கு
ஒவ்வொருவரையும் நான்
அறிமுகம் செய்யலாம்.
ஒரே ஒரு கவலை நான் மட்டும்
அந்தப் புகைப்படத்தில் இல்லை.

# எமக்கு தொழில் கவிதை

கவிதை தனக்கான சொல்லைத்
தானே தேடிக்கொள்ளும்;
பேப்பரும் பேனாவுமாக இருப்பது மட்டுமே
என் வேலை.

# எ.பி.சி.டி பிஸ்கட்

எ.பி.சி.டி பிஸ்கட்
வாங்கி வரும் அம்மத்தா
அவரது தமிழை சொல்லித் தந்து போனார்

## காதல்

திருவிழாவில்
விரும்பி தொலையும்,
குழந்தையாகவும் காதல் இருக்கலாம்

பல நாட்களாக தெரிந்தே
கிழிக்கத் தவறிய காலண்டராகவும்
காதல் இருக்கலாம்

மறந்துபோன நல்ல கவிதையின்
சொற்களாகவும் காதல் இருக்கலாம்

பிளாட்பார்ம் மாறி நிற்கும்
நானாகவும் காதல் இருக்கலாம்.

# தோற்பது அவசியம்

என் தோழிக்கு சிறகுகள் வரைந்திருக்கிறேன்
அவள் வால் வீசவே விரும்பினாள்.

அழகான சொற்களை சொன்னேன்
அவள் பொருத்தமான சொற்களாக இருந்தாள்.

இதுதான் அவள் என எழுதினேன்
என்ன எழுதியும், ஒரு சொல் கூடி நின்றாள்.

எப்போதும் சில மனிதர்களிடம்
தோற்பது அவசியம்.
நிச்சயம் அவளிடம்
இந்தக் கவிதையும் தோற்கப் போகிறது.

# வாழ்

நான் சாகத் துணிந்த
எங்கள் ஊர் வாய்க்காலில்
மீன்கள் வாழ்கின்றன.

பூ

தங்கை இல்லாததை நினைத்து
பலமுறை அழுதிருக்கேன்.
இப்போது அந்தக் கவலை இல்லை
எனக்காக ஆற்றங்கரையில்
ஆவாரம் பூ பூத்திருக்கிறது.

## *ராஜா*

என்னுடைய ராஜா சென்னையில்
வேலைமாற்றம் காரணமாக
தங்கி வேலை பார்க்க வேண்டி இருந்தது

அவன் தனியாளாக வீடு வாடகைக்கு
தேடிக் கொண்டான்.
தனியாக மாதக்கணக்கில்
அந்த வீட்டில் இருந்திருக்கிறான்.
அவனே சமச்சு கிட்டான்,
அப்பப்போ ஆர்டர் பண்ணிப்பான்.

கிட்டார் வாங்கிக்கொண்டான்;
வாரமொருமுறை செவ்வாய்க்கிழமை
கிட்டார் வகுப்புக்கு செல்கிறான்.
நாங்கள் பேசும் கான்ஃப்ரன்ஸ்
அழைப்பில் இசைக்கிறான்

சைக்கிள் வாங்கிக்கொண்டான்
எப்போது அழைத்தாலும் பதில் தருவான்;
திரும்ப அழைப்பான்.

தனியாக பயணிப்பான்;
போயிட்டு வந்து சொல்வான்.
அன்ரிசர்வ்-இல் பயணிக்க துணிவான்.

யாருமே இல்லாத வெளியில்,
அவன் வாழ பழகிக்கொண்டான்,
எங்கள் வட்டாரத்தில்
ஆகச்சிறந்த குடும்பஸ்தன்
என்றானான் என்னுடைய ராஜா.

குறிப்பாக,
நல்லா சாம்பார் வைப்பான்.

# நண்பன்

நாளை
உலகம் அழிஞ்சிடும் என்பது போல
இன்றே சொல்லிரனுமென்று
அவசர அவசரமாக அழைத்தேன்;
இந்த முறையும் அவன் போன் எடுக்கவில்லை.

## அதே நான்

பல முயற்சிகளுக்குப் பிறகு
எனக்கு நானே கிடைத்திருக்கேன்;
ஆமாம் எனக்கு பிடித்த
நீ நேசித்த அதே நான்.

## உணர்தல்


சொல்வதற்கு முன் புரிந்துகொண்டாய்
சொல்லக் கூடாதென தடுத்துவிடுகிறாய்
காதல் சொல்லப்படுவதல்ல;
உணரப்படுவது.

# *அம்மா*

ஊர் சுற்றி விட்டு வரும் எனக்கு,
நள்ளிரவில் கதவு
திறந்து வைக்கப்பட்டிருக்கும்.
அவர்களை எழுப்பாமல் இருக்க
எல்லா முயற்சியும் செய்வேன்;
எப்படி எழுவார்கள் என்றே தெரியாது.
அந்த தூக்கத்திலும்,
'ரெண்டு தோசை சுடுறேன் சாப்பிடு' என்பார் அம்மா.

# அவள்

இளையராஜா இசையில்
எஸ்.பி.பி குரலில்
ஒலிபரப்பப்படும் பாடல் அவள்

## பஞ்சு மெத்தை

மூனு வாரம் தூங்காம,
கால் தறி நெய்து,
பஞ்சு மெத்தை வாங்கித் தந்தார் அம்மா;
நானும் அண்ணனும் தூங்க.

## *மனிதர்கள்*

மனிதர்கள் இல்லாமல் போவதில்லை.
நேற்று பேசவில்லை
இன்று பேசவில்லை
நாளை பேசப்போவதில்லை
அவ்வளவே தான்.

## அரைகாற்புள்ளி

இத்தனைக்குப் பின்னும்
நீ சொல்
முற்றுப்புள்ளி எனக்கு அரைகாற்புள்ளி.

## *அம்மத்தா*


அம்மத்தா எழுபதிலும்
வேலைக்குப் போகிறார்.
முன்பு போல வெய்யில் தாங்க முடியல,
நடக்க முடியல, சாப்பிட முடியல,
என சொல்லிவிட்டு இதையும் சொல்லிடுவார்
'வீட்டில் இருக்கவும் முடியல'.

## ஆகச்சிறந்த தோல்வி

ஆகச்சிறந்த தோல்வி எது?
நீ என்னை காதலிக்காததா?
உன்னிடம் காதலைச் சொல்லாததா?
நாம் காதலிக்காததா?
நான் உன்னைச் சந்தித்தது.

## பருப்பு வடை

கடைசி வரிசைக்கும் முன் மேசையில்
புளிக்குழம்பு தாமதமாக வந்ததென
புகார் கொடுக்கப்பட்டது;
ஃபேன் ஏன் ஐந்திலும் வேகம் இல்லையென
ஒரு குடும்பமே கோபித்திருந்தது.
உப்பு வலப்புறம் வைத்ததற்கு
விவாதம் போய்க் கொண்டிருக்கிறது;
அடர்பச்சை இலை வேண்டாமென
கட்டளை இடப்பட்டது;
அதட்டலாக பருப்பு வடை
இன்னொன்று கேட்கப்பட்டது.
எழுதப்படாத சுவர்கள்;
தயவு செய்து எழுதிப் போடுங்கள்.
"சாப்பிட்டபின் இலையை எடுக்கவும்".

## ஆறுமணி அலாரம்


அவளுடைய தேநீர் குவளையின்
கடைசி பருகளைப் போல
இரு முத்தங்கள் தந்தாள்;
ஆறுமணி அலாரம்
தாமதத்திருந்திருக்கலாம்.

## சாக்லேட்

சாக்லேட்டை மறுக்கும்
குழந்தை போல,
என்னை ஏற்க மறுக்கிறாய்.

## என் பெயரை உச்சரிக்காதே

எனக்கு அழைப்பு தந்துவிடாதே
எனக்கு குறுஞ்செய்திகள் அனுப்பிவிடாதே
என்னை சந்திக்காதே
என்னை சந்தித்தாலும் பேசிவிடாதே
என் பெயரை உச்சரிக்காதே
என் நலம் பற்றி யாரிடமும் விசாரிக்காதே
என்னை நானே தேற்றி
இப்போது தான் உன்னைக் குறித்து
கவிதை எழுத ஆரம்பித்திருக்கிறேன்.

# கோடை விடுமுறை

கோடை விடுமுறை முடிந்து
பள்ளிகள் துவங்கும் முதல் நாளில்
எங்கள் ஊர் திருவிழா.

## தாய்மாமா

தாய்மாமா வீட்டில்,
அம்மாவை திட்டிக்கொண்டு இருக்கிறேன்;
மாமா இருந்திருந்தால்
இவ்வளவு தூரம் நடந்திருக்காது.

## அழ வேண்டாம்

இதற்குமேல் அழ வேண்டாம்,
இனிமேலாவது நினைக்காமல் இரு;
அதற்கு அழுதே இருக்கலாம்.

## நீங்கள் இங்கு இல்லை

கல்லூரிக் கால மாலைகளில்,
ஓவ்வொருவரும் பத்து ரூபாய் கொடுத்து
காளான் சாப்பிடுவோம்.
இப்போது முப்பது ரூபாயாம்;
உங்களுக்கும் சேர்த்தே
வாங்கித் தர காசு இருக்கிறது,
என்ன நீங்கள் இங்கு இல்லை.

## நேசித்தல்


ஒருவரை நேசிக்க வேண்டுமென்றால்
நேசியுங்கள்.
நேசிப்பது என்பது,
நேசிக்கப்படுவது குறித்து
எந்த எண்ணமும் இல்லாமல் இருப்பது.

# காதலிக்காமலிருந்திருந்தால்

அவளைக் காதலிக்காமலிருந்திருந்தால்
கவிதை எழுதாமல் இருந்திருப்பேன்;
அவளைக் காதலிக்காமலிருந்திருந்தால்
பாடல்கள் பாடல்களாக இருந்திருக்கும்;
அவளைக் காதலிக்காமலிருந்திருந்தால்
இன்னும் பலரை நேசித்திருப்பேன்;
அவளைக் காதலிக்காமலிருந்திருந்தால்
இன்னும் என்னென்னவோ மாறியிருக்கும்;
அவளைக் காதலிக்காமலிருந்திருந்தால்
அவளால் காதலிக்கப்பட்டிருக்கலாம்.

## தவளை அக்கா

பதினொன்றாம் வகுப்பு பயிலும்
பக்கத்து வீட்டு அக்கா
மருத்துவராவதாக சொன்னார்.

திண்ணையில் அக்கா மேலிருப்பார்,
என் சோட்டு பிள்ளைகள்
கீழே அமர்ந்திருப்போம்;
அவர்கள் பிரமிக்க வைக்க
இதுவே ஏற்றது.

இன்று விலங்கியல் ஆய்வகத்தில்,
தவளையை ஆய்வு
செய்ததாக விவரித்தார்;
இப்படித்தான் வியக்க வைப்பார்கள்.

பின்னாளில்,
எப்படி நடனமாடுவதென
சொல்லிக்கொடுத்துக்கொண்டிருந்தாள் அக்கா.
தரையிலிருந்து பொத்தென்று
தவளை திண்ணைக்கு தாவியது;
அக்கா அலறிக்கொண்டு ஓட்டம் பிடித்தாள்.
பிறகு எப்போது திண்ணைக்கு வந்தாலும்
இரண்டு பேருக்கு நடுவே தான் அமர்ந்தாள்.

பின்னுக்கும் பின் தான் அக்காவின்
சக தோழி சொல்லித் தான் தெரிந்தது;
அவர்கள் ஆய்ந்ததெல்லாம்
செத்த தவளையாம்.

## ஆலோசனை


டீ அருந்தும்
பழக்கத்தை நிறுத்த வேண்டும்;
ஆலோசனை உள்ளவர்கள் சொல்லுங்கள்
டீ அருந்திக்கொண்டே விவாதிப்போம்.

# பொல்லாக்காதல்

திடீர் மழை,
கால் சுற்றும் பேக்கரி நாய்,
வேப்பம்பூ மிதக்கும் சாலை,
பக்கத்து வீட்டுப் பூனை,
அம்மா சுடும் கடைக்குட்டி தோசை,
மேசையில் எப்போதும் இருக்கும் நாவல்,
அலாரத்துக்குப் பின் வரும் சிறு துயில் என
ஒருத்தருக்குக் கொடுக்க மட்டுமா
இந்தப் பொல்லாக்காதல்?

# பெயர்

என் பெயரை மாற்றிக்கொண்டேன்;
என் பெயர் கொண்ட இன்னொருவரை
என் நினைவின்றி நீ அழைத்துக்கொள்ளலாம்.

# அந்த நாள்

அன்றைக்கு இன்னும் கொஞ்சம்
தாமதமாக வந்திருக்கலாம்;
அன்றைய இரவில் வாட்ஸ்அப் செயலி
பழுதாகியிருந்திருக்கலாம்;
இன்னும் பொருத்தமாக சொன்னால்,
முன்பே வேறு யாரையாவது
காதலித்திருந்திருக்கலாம்.

## நம்பிக்கை

அந்த பெரும் கூட்டத்தில்,
என்னைக் கண்டதும் பெருமூச்சு விட்டு
"இப்போ தான் உசுரே வந்துச்சு" என்றாய்;
இப்படி ஒருத்தருக்கு நம்பிக்கையாக
வாழ்வதை விட வேறென்ன வாழ்வு வாழ்வது?

# பெரிய மாமன்

பெரிய கரங்கள் கொண்ட சட்டை,
உயரமான நடுத்தர வயதுடையயவரை பார்த்தால்
பெரிய மாமன் நினைவுக்கு வருகிறார்.
அம்மாவின் பெயரைச் சொல்லியே
என்னை அறிமுகப்படுத்துவார்;
என்னை முழுவதுமாக
கொண்டாடியவர் அவர் மட்டுமே.

அவரது வண்டியைத் தான்
இப்போது நான் ஓட்டிக் கொண்டிருக்கிறேன்;
அவர் வைத்து வளர்த்த அரசமரத்தின் கீழ்
இப்போதும் நின்றுகொள்கிறேன்.

நேற்றுகூட கனவில் வந்தார்;
இந்த வாரம் ஞாயிற்றுக்கிழமை
ஊருக்கு வர்ற சொன்னார்.

**கவலை**

நேசிக்கப்படுவது பற்றி
எந்த கவலையும் இல்லை;
இன்னும் நேசித்திருக்கலாமோ?

## முற்றத்து நாட்கள்

ஊஞ்சல் கட்டி ஆடுவோம்,
ஆணி அடித்து பேய் விரட்டுவோம்,
ரசம் வைத்து சாப்பிடுவோம், கண்டுக்கொள்ளாமல்
வேறு விளையாட்டு
விளையாண்டாலும் நிழல் பெறுவோம்,
லீவு என்றாலே அடைக்கலம் புகுவோம்,
எங்க ஊர் முற்றத்து புளியமரம்.

## பஞ்சர் கடை

பஞ்சர் ஆன
டயரில்
பஞ்சர் கடை விலாசம்

## நலன் கருதி

புளியமரக் கிளையில் தொங்கவிடப்பட்டிருந்த
கூண்டில் இரண்டு கிளிகள் வளர்க்கப்பட்டன;
நலன் கருதி அந்த கிளையில் அமர
பிற பறவைகளுக்கு அனுமதியில்லை.

## நான் நானாகவே


எனக்கு சிறகுகள் இருந்தாலும்,
தோன்றும்போதுதான்
பறப்பேன்.

**நிச்சயம்**


மழை பெய்த மாலையில்
தேநீர்.
மழை பெய்யாத மாலையில்
நிச்சயம் தேநீர்.

**இயல்பு**


முகத்திற்கு நேராகவே
சொல்லிவிட்டு போயிருங்கள்
விலகுவது இயல்பினும் இயல்பு.

கை நழுவிய
கண்ணாடிக் குவளை தான்
நேசித்தலும்.

# இப்போதுவரை மீறியதில்லை

நீ சொன்னதுபோலவே
இது தான் கடைசி தொலைபேசி உரையாடல்,
இது தான் கடைசி குறுஞ்செய்தி,
நீ சொன்னதை இப்போதுவரை மீறியதில்லை.
ஆதலால் எண்பதுகள் போல
கடிதம் எழுதிக்கொண்டிருக்கிறேன்.

## சிகரெட்


நீ சொன்னதனால்
சிகரெட்
பிடிக்காமல் இருக்கிறேன்.

## நான் எனும் நான்

யாராவது புதிதாக வந்து
இரண்டு வார்த்தைகள் கூட பேசினால்
எல்லாத்தையும் சொல்லிவிடுவேன்;
என்னை ஓட்டவாய்,
முந்திரிக்கொட்டை, அவசர குடுக்கன் என
நீங்கள் குறிப்பிடும் எதிலும்
நான் பொருந்தமாட்டேன்;
நான் எனும் நான் தான்
பொருத்தமாக இருக்கும்.

# மறவாமல் நினைத்துக்கொள்

நீ எல்லோரையும் வெறுக்கும் நாள் வரும்
எந்த இடமும் சௌகரியமாக இல்லாமலாகும்
யாரையும் பிடிக்காமல் போவது நிகழும்
யாருமில்லாத ஒரு வெறுமை வரும்
மறவாமல் நினைத்துக்கொள்,
நீ தோல் சாயலாம்;
நான் வலப்புறம் இருக்கிறேன்.

## இதை வாசி

நான் இல்லை என்றாலும்
இதை வாசி
கொஞ்சம் வாழ்ந்துகொள்கிறேன்.

==

## அன்புக்கட்டளைகள்

அடுத்த பேருந்தில் போ
இன்னும் கொஞ்சம் நேரம் பேசு
கூடுதலாக குறுஞ்செய்தி அனுப்பு
பேருக்காவது கோவப்படு
சும்மாவாவது பொய் சொல்
என்பது போலவே
பிரிந்தும் போகச் சொன்னாய்.

## டீ வாங்கித் தாருங்கள்

டீ வாங்கித் தர
ஆளில்லாத ஊரில்
இருக்க மாட்டேன்

# பொல்லாக் காதல்

அவளைத் தெய்வமென்று
ஒருவரிடம் விளக்கினேன்;
அவரிடமே இன்னொரு நாள்
அவளைப் பிடாரியென்று விளக்கினேன்.

மற்றொரு நாள் அவரே கேட்டார்
எப்படி அவளைப் புரிந்துகொள்வது?

இது அது எனச் சொல்லத்தான் முடியும்;
பொல்லாக் காதலை விளக்க முடியாது.

# *நாம்*

நாம் இல்லாமல்
நீயும் நானும்
வாழ்ந்துகொண்டுதான் இருக்கிறோம்.

## புரிதல்


சொல்லித்தான் புரியுமென்றால்
அதில் என்ன
இருந்துவிடப் போகிறது?

## நேசித்தல் ஒரு நிகழ்வு

யாரென்றே தெரியாத பெரியவர் ஒருவர்
என் கைபிடித்து படிகளை ஏறுவது போலத்தான்
நிகழவேண்டும் என்மீதான
உங்கள் நேசித்தலும்.

## இதய்யா

இதையா எனக்கு
கொடுத்து சென்றிருக்கிறாய்;
இன்னும் கூடுதலாக
நிகழ போகிறது போலச் சிரிக்கிறாய்;
இனி மேலும்
கவிதை எழுதக்கூடாது எனச் சபிக்கிறாய்;
நீ இல்லாத உலகத்தில்
பழகிக்கொண்டேன் வாழவும் எழுதவும்.

# முன்புபோல் எதுவும் இருக்காது

இப்போதும் நீ சொல்லலாம்
நான் நானாகிவிடலாம்;
முன்புபோல் எதுவும் இருக்காது.

# எழுதுவது ஒரு கலை

இதை எழுதுவதற்கே
விருப்பமில்லை.
விரும்பித் தொலைத்துவிட்டேன்
இதை எழுதித்தொலைக்கிறேன்.

# வீடு

ஒன்றரை வருஷம் கூடி
நாற்பத்தைந்து லட்சம் செலவு செஞ்சு
நேரங்காலம் வாஸ்து பார்த்து வீடு கட்டினாங்க
குடியேறிச்சு குருவிங்க ரெண்டு.

# கட்டப்பட்டிருக்கும் நாய்

எப்போதும் சங்கிலியால்
கட்டப்பட்டிருக்கும் நாய்
தினமும் தயிரோடு தான்
சோறு கேட்கிறதென்று
உரிமையாளர் கடிக்கிறார்;
யாராவது அவரிடம் சொல்லுங்கள்
சுதந்திரத்தையும் கேட்கிறதென.

## வேப்பம் பூ

வேப்பம் பூவில்
தேடுகிறது
பட்டாம்பூச்சி.

# நாய்க்குட்டிகள் நான்கு

பாழடைந்த வீடு
வெயில்கீற்று வரும்
மழைநீர் உள்புகும்
நாய்க்குட்டிகள் நான்கு
சுவரெங்கும் சிலந்திக் கூடு
மனிதர்கள் வருவதில்லை
வீடு இன்னும் வீடாகவே இருக்கிறது.

## மறந்தால் நன்றாக இருக்கும்

ஊரெல்லாம் சுற்றிவிட்டு
மறந்து போய்,
குப்பையில் போட வேண்டிய
பையோடு வீட்டுக்கு வந்தேன்.

'இப்படியுமா ஒருத்தன் மறப்பான்?'
அம்மா திட்டியது
ஒருவகையில் சந்தோஷமாக இருந்தது.

இதுபோலவே எல்லாவற்றையும்
மறந்தால் நன்றாக இருக்கும்.

## மோரும் கம்மங்கூழும்

உச்சி வெயில் மேய்ச்சல் களைப்பு
கை கழுவும் குவளையில்
வாய் வைக்கிறது வெள்ளாடு;
விரட்டி அடிக்கும் கடைக்காரப் பாட்டி
விற்பது மோரும் கம்மங்கூழும்.

## பேருந்து இருக்கை

ஊருக்கு நேரத்தில்
செல்லவேண்டும் என்பதற்காகவெல்லாம்
கூட்டத்தில் நின்று பயணிக்கமாட்டேன்.
இந்த மாநகரத்தில் எனக்கென்றொரு
பேருந்து இருக்கை காத்திருக்கலாம்.

**பயணங்கள்**


பயணங்களை
முழுமையாக்குவது இடங்கள் அல்ல
மனிதர்கள்.

## இத்துனை காதல்

நாம்
இப்போது காதலித்துக்கொண்டிருந்தால்கூட
உன்மேல் இவ்வளவு காதல் இருந்திருக்காது.

## *கடைசி*

*காகித திருநீர் பொட்டலம்*
*தீரும் தருவாயில் எல்லாம்*
*பழநிக்கு புறப்பட்டுவிடுவார்.*

*திருநீர் மனம் கமழும்*
*அவரது அறை,*
*ரேடியோவில் ஒளிபரப்பப்படும்*
*பக்திப் பாடல்களாலும் நிரம்பி வழியும்.*

எழுபத்தெட்டாவது வயதில்
யாரிடமும் சொல்லாமல்
பழநி சென்று வந்தார்;

முடி எடுத்து வேண்டி வந்து
சிரித்துக்கொண்டே சொன்னார்
'இதுதா எனக்கு கடைசி'.

அவர் இறந்து ஏழு வருடங்களுக்கு பிறகு
இதை எழுதிக்கொண்டிருக்கிறேன்;
எத்துனை நேசித்தலுக்குப் பின்னும்,
எதுவாயினும் ஏற்க வேண்டும் கடைசியென.

## பதில்

நீண்ட வருடங்களுக்குப் பிறகு
நானும் என் பள்ளிக்கூடத் தோழியும்
ஒரு கல்யாணத்தில் சந்தித்துக்கொண்டோம்.
'எப்படி இருக்கிறாய்?' எனக் கேட்பாள்;
'நல்லா இருக்கேன்' எனச் சொல்ல
பதில் வைத்திருந்தேன்.
'எழுதீட்டுத் தான் இருக்கியா?' என்று கேட்டுவிட்டாள்.
எந்த பதிலும் தராமல் நின்றேன்.
அவள் கேட்டபோது எழுதுவதை நிறுத்தி
நான்கு வருடங்களாகியிருந்தது.

இப்போது
அவள் வீட்டு விலாசத்துக்கு
இந்த புத்தகத்தை அனுப்பனும் பதிலாக.

# இருபத்தைந்து பாடல்கள்

நேசிப்பவர்களிடம் கேட்கப்படுமாயின்
மன்னிப்பு கோருவது அழகானது.
இத்தனை வருடங்களில்
நான் கேட்ட மன்னிப்புகள்
என்னை மனிதத் தன்மையோடு
இருக்க வைத்தவைகள்.

இப்படித்தான் ஒருமுறை
பெரும் மன்னிப்பு கோருகையில்,
'இருபத்தைந்து பாடல்கள் பாடு' என்றாள்.
பத்தாவது பாடலிலேயே சிரித்து மன்னித்தாள்.

மன்னியுங்கள் என்னை;
இல்லையேல் கரகரத்த குரலோடு
பாடல்கள் பாடப்படும்.

# *பபுள்கம்*

பபுள்கம்மில் குமிழி உருவாக்குவது
அவ்வளவு எளிதல்ல.

அப்பா காசு கொடுக்கும் போது,
சொல்லித்தான் கொடுப்பார்
'பூமர் கீமர் வாங்கினா பிச்சுருவேன்!'
பால்யத்தில் செய்யக்கூடாதென்பதை
செய்யவேண்டும் என புத்திக்கு ஏறும்.

கூடப் பயிலும் நண்பர்கள்
எளிதாகக் குமிழி விடுவார்கள்
மொத்த வகுப்புமே கண்டு வியக்கும்;
எனக்கு வராத கலைகளில் இதுவும் ஒன்று.
கழுத்தில் கைக்குட்டை,
வேறொரு கலரில் காலர் சட்டை,

வாய் மறைக்கும் பபுள்கம் குமிழியென்று
கதாநாயகர்களாகவே நண்பர்கள்
உலா வந்தார்கள்.
பலூன் போல ஊதிப் பார்த்தேன்,
பல வித்தைகளும் செய்தேன்,
ஒன்றுமே பயனளிக்கவில்லை.

பின்னுக்கும் பின்,
பள்ளித் தோழி ஒருத்தி
இந்த சாகசத்தை நிகழ்த்தச் சொன்னாள்.
'டைப்பாய்டு காய்ச்சல் வந்தவர்கள்
பபுள்கம் சாப்பிடக்கூடாது' என சமாளித்தேன்.

பின்னாளில் அவள்
பல் மருத்துவராவாள் என்று
தெரிந்திருந்தால்,
யோசித்து சொல்லியிருப்பேன்.

## என் குழந்தைகள்

ஹோட்டல் பெயர் சொல்லி
பரோட்டா வாங்கிவரச் சொன்னார் அப்பா;
மற்றுமொரு நாளில்
காளான் முறுவல் கேட்டார்.
தேங்காய் பன், காராசேவு
அம்மா கேட்டார்.
இவர்கள் என் குழந்தையானதில்
அத்துனை சந்தோஷம்.

## அண்ணா

மூச்சிரைக்க ஓடினான்
கிழக்குத் தோட்டம் தாண்டி
முள்காட்டு காவல் கோயில்
அரச இலையில் பச்சரிசி பொங்கல்
வாங்கி வந்தான் அண்ணன்
ஒரே வாயில் முழுங்கினேன்
மீண்டும் மூச்சிரைக்க ஓடினான்
மீண்டும் அதே பொங்கல்
மீண்டும் அதேயொரு வாய்தான்
மீண்டும் மூச்சிரைக்க ஓடினான்.

# முதல் ஒன்று

அப்பா வாங்கிய
முதல் டி.வி.எஸ் ஃபிப்ட்டியை
இப்போது வரையிலும் விற்க மறுக்கிறார்.

இதற்குப் பிறகு வாங்கிய
எத்தனையோ வண்டிகளை விற்றுவிட்டார்.

கடந்த வாரம் கூட
செலவு செய்து
அதில் பவனி வந்தார்.

யாருக்குத்தான் பிடிக்காமல் போகும்,
எந்த ஒன்றிலும்
முதல் ஒன்று.

## மொட்டைமாடி

கோடைகால மதியவேளை
மொட்டைமாடி பொளக்கும் வெயிலில்,
ஒருவர் துணிகளை இரண்டு முறை அலசி
கம்பிக் கொடியில் கிளிப் போட்டு
காய வைத்து கொண்டிருந்தார்.

என்னை விட அவர் ஒன்றும் பாவமில்லை;
அதற்கு நேர் எதிர் மாடியில்
இதை எழுதிக்கொண்டிருக்கிறேன்.

## செங்கொய்யா பாட்டி

எனக்கு கொடுப்பதற்கென்றே
அம்மா எப்போதும் காசு வைத்திருப்பார்.

வெள்ளை சேலை,
பின்னுக்கு குத்திய நீலச் செருப்பு,
பழுப்பு நிறக் கண்ணாடி,
மஞ்சள் வலைக்கூடை என
செங்கொய்யா பாட்டி வாரமொருமுறை வருவார்.

அவரது தோட்டத்து செங்கொய்யாவுக்கென்றே
தனி ரசிகர் பட்டாளமே உண்டு.
ஒவ்வொரு முறையும் குறைந்தது
நான்கைந்தாவது வாங்குவேன்.

சிலசமயங்களில் மாதக்கணக்கில்
வரவே மாட்டார்;
சேத்தி வைத்த காசு
உண்டியலில் வீணடிக்கப்படும்.

பின்னுக்கும் பின் நகரத்தில்,
மகள் வீட்டில்
வயது மூப்பின் காரணமாக
இறந்ததாக செய்தி வந்தது.

உடல் சொந்த ஊருக்கு எடுத்து வரப்பட்டது.
அழுதழுது தொண்டை வற்றித் தாகம் எடுத்தது
எல்லோருக்கும்;
செங்கொய்யா பாட்டி எழுந்தார்
ஒரு பானை நீரெடுத்து,
கொய்யா மரத்துக்கு ஊற்றினார்.

# என் பெயரை உச்சரிக்காதே

என் பெயரை
உச்சரிக்காதே
இசைக்குறிப்புகள் தோற்கிறது.

9 798899 066924